Lặn biển Steve

Marcy Schaaf

"Hãy cùng Scuba Steve, nhà thám hiểm dưới nước dũng cảm, tham gia vào một cuộc phiêu lưu biển cả đầy thú vị, đưa các độc giả nhỏ tuổi vào hành trình khám phá thế giới dưới đáy đại dương! Lặn xuống thế giới của những rạn san hô đầy màu sắc, những chú cá heo tinh nghịch và những kho báu ẩn giấu khi Scuba Steve gặp gỡ những sinh vật biển thân thiện và vượt qua những thử thách dưới đáy biển sâu. Cuốn sách truyện thú vị và mang tính giáo dục này, hoàn hảo cho trẻ em từ 5 đến 8 tuổi, kết hợp những vần điệu vui nhộn và hình minh họa hấp dẫn để truyền cảm hứng cho các em nhỏ khám phá những điều kỳ diệu của đại dương và tầm quan trọng của lòng dũng cảm và tình bạn."

BOOKS BY SCHAAF

This book belongs to:

____

Cuốn sách này thuộc về:

____

He swam with dolphins, oh so neat,
Through coral gardens, his heart would beat.

Anh ấy bơi cùng cá heo, thật tuyệt vời, giữa những rạn san hô, trái tim anh ấy đập thình thịch.

Scuba Steve explored, both near and far,
In the ocean's depths, like a shining star.

Steve, với khả năng lặn biển vượt bậc, đã khám phá cả những vùng gần và xa, sâu thẳm dưới đáy đại dương, như một ngôi sao tỏa sáng.

With a tank on his back, he'd dive deep down,
Past shipwrecks and caves, where treasures could be found.

Với chiếc bình dưỡng khí trên lưng, anh ta lặn sâu xuống, vượt qua những xác tàu và hang động, nơi có thể tìm thấy kho báu.

He met a friendly octopus,
who danced with glee,
Eight arms swirling, what
a sight to see!

Anh ấy gặp một con
bạch tuộc thân thiện,
con bạch tuộc nhảy
múa vui vẻ.
Tám cánh tay xoay tròn,
thật là một cảnh tượng
đáng chiêm ngưỡng!

A school of colorful fish
joined the fun,
Under the sea, there was
room for everyone.

Một đàn cá đầy màu sắc
cũng tham gia cuộc vui,
dưới đáy biển, có chỗ cho
tất cả mọi người.

Scuba Steve helped a turtle caught in a net, Freed it with care, the encounter they'd never forget.

Steve, người thợ lặn, đã giúp một con rùa bị mắc vào lưới, thả nó ra một cách cẩn thận, đó là cuộc gặp gỡ mà họ sẽ không bao giờ quên.

He spotted a seahorse, small and so sweet, Riding on seaweed, a tiny, wiggly treat.

Anh ấy phát hiện ra một con cá ngựa, nhỏ nhắn và đáng yêu, đang cưỡi trên rong biển, một sinh vật nhỏ xíu, ngọ nguậy.

Down in the deep, where the sunlight grows dim, Scuba Steve found a world, full of wonders within.

Dưới đáy biển sâu thẳm, nơi ánh mặt trời dần tắt, thợ lặn Steve đã tìm thấy một thế giới đầy những điều kỳ diệu.

But one day, a storm raged with might, Waves crashed above, turning day into night.

Nhưng rồi một ngày, một cơn bão dữ dội nổi lên, những con sóng dữ dội ập đến, biến ngày thành đêm.

With courage
and strength,
our hero
stayed true,

Guiding lost fish,
until the skies
turned blue.

Với lòng dũng cảm và nghị lực, người anh hùng của chúng ta đã giữ vững lập trường.

Dẫn đường cho những chú cá lạc lối, cho đến khi bầu trời chuyển sang màu xanh.

At last, he emerged from the ocean's deep blue, Scuba Steve, the brave diver, with stories anew.

Cuối cùng, anh chàng Steve, người thợ lặn dũng cảm, đã trồi lên từ lòng đại dương xanh thẳm, mang theo những câu chuyện mới.

So remember, my friends,
as you dream each night,
The world under the sea, is
a wondrous delight.

Vậy nên, hỡi các bạn, hãy nhớ
rằng mỗi đêm khi các bạn
mơ, thế giới dưới đáy biển là
một điều kỳ diệu tuyệt vời.

With Scuba Steve's spirit, and heart so bold, You can explore the oceans, as your own story unfolds.

Với tinh thần và trái tim dũng cảm của Scuba Steve, bạn có thể khám phá đại dương, nơi câu chuyện của chính mình được hé mở.

In a world under the sea, where wonders abound, Scuba Steve's tales of adventure will always astound.

Trong thế giới dưới đáy biển, nơi đầy rẫy những điều kỳ diệu, những câu chuyện phiêu lưu của Scuba Steve sẽ luôn khiến người ta kinh ngạc.

So put on your flippers, your mask, and your gear, Dive into the ocean, and let go of your fear.

Vậy hãy đeo chân vịt, mặt nạ và trang bị đầy đủ, lặn xuống đại dương và gạt bỏ nỗi sợ hãi.

With each splash
and dive, you'll
discover anew,

Với mỗi lần lặn
xuống nước, bạn sẽ
khám phá ra những
điều mới mẻ.

The magic of the sea
, waiting just for
you.

Vẻ đẹp kỳ diệu của biển cả đang chờ đón bạn.

For in the deep blue, and the ocean so vast, Adventure with Scuba Steve will forever last.

Trong lòng đại dương xanh thẳm bao la, những cuộc phiêu lưu cùng Scuba Steve sẽ mãi mãi trường tồn.

So when you dream of the sea,
as you rest in your bed,
Remember Scuba Steve's
adventures, and the tales that
he spread.

Vậy nên khi bạn mơ về biển cả, khi bạn nằm nghỉ trên giường, hãy nhớ đến những cuộc phiêu lưu của Scuba Steve và những câu chuyện mà anh ấy đã kể lại.

In the world under the waves, where the mysteries reside, Scuba Steve's stories will forever be your guide.

Trong thế giới dưới đáy biển, nơi ẩn chứa vô vàn bí ẩn, những câu chuyện của Scuba Steve sẽ mãi là người dẫn đường cho bạn.

With a heart full of wonder,
and dreams set afloat,
You can be a brave explorer,
in a scuba diver's coat.

Với trái tim tràn đầy sự tò mò và những giấc mơ bay bổng, bạn có thể trở thành một nhà thám hiểm dũng cảm, trong chiếc áo khoác của thợ lặn.

And just like Scuba Steve, you'll find treasures untold,

In the deep, blue ocean, where your adventures unfold!

Và cũng giống như Scuba Steve, bạn sẽ tìm thấy những kho báu chưa được kể.

Trong lòng đại dương xanh thẳm, nơi những cuộc phiêu lưu của bạn bắt đầu!

The end of our journey,
but not the end of the
fun,
For in Scuba Steve's
world, there's always
more to be done.

Chuyến hành trình của chúng ta đã kết thúc, nhưng niềm vui thì chưa chấm dứt, bởi trong thế giới của Scuba Steve, luôn luôn có nhiều điều để làm.

Thank you for
the company.

Cảm ơn vì đã
đồng hành
cùng tôi.

Author Bio for Marcy Schaaf:

Marcy Schaaf is a talented writer and illustrator who has a deep passion for storytelling and the world of underwater exploration with a lifelong love for the ocean, Marcy combines her creative talents with her knowledge of marine life to bring "Scuba Steve" to life. Her enchanting illustrations and engaging narratives aim to inspire young readers to appreciate the beauty of our oceans and the importance of environmental conservation. Marcy's works invite children on exciting journeys into the depths of the sea, fostering a sense of wonder and curiosity about the natural world. She hopes her stories will encourage a new generation to become stewards of the oceans, just like Scuba Steve.

Về tác giả

Marcy Schaaf là một tác giả viết sách thiếu nhi và là một thuyền trưởng chuyên nghiệp, người có công việc được định hình bởi hai dòng chảy bất biến: những câu chuyện và biển cả. Trên trang sách, bà tạo ra những cuốn sách tranh ấm áp, giàu âm nhạc giúp độc giả nhỏ tuổi cảm thấy dũng cảm, tò mò và ấm cúng trước giờ đi ngủ. Trên biển, bà điều khiển một chiếc thuyền buồm hai thân dài 50 feet ở Grenada, vạch ra những tuyến đường thực tế, đọc thời tiết thực tế và chào đón các gia đình lên tàu.

Cuộc sống hai mặt ấy—cầm bút một tay, lái thuyền một tay—đã hun đúc nên giọng văn kể chuyện của Marcy. Cô ấy thích biến những tấm bản đồ thành những cuộc hành trình, những bến cảng thành những nhân vật, và những kỷ vật nhỏ bé trong chuyến đi thành những nguồn cảm hứng cho câu chuyện. Sách của cô ấy kết hợp địa lý, sự hài hước nhẹ nhàng và tình cảm, với những câu văn lặp đi lặp lại khuyến khích việc đọc to và hát theo.

Marcy đến thăm các thư viện và lớp học, chia sẻ những lời khuyên về an toàn hàng hải với trẻ em và vận động mọi người chăm sóc đại dương của chúng ta—từng thói quen nhỏ một. Dù đang neo đậu hay ngồi ở bàn viết, cô tin rằng những chuyến đi tuyệt vời nhất là sự kết hợp giữa sự kỳ diệu, lòng tốt và những người bạn đồng hành tốt.

Khám phá thêm nhiều sách khác tại www.BooksBySchaaf.com

Chú thích ảnh:

Thuyền trưởng Marcy trên chiếc thuyền buồm hai thân dài 50 feet, Grenada. (Tây Ấn)

Scuba Steve Wear
Available on our website
www.BooksBySchaaf.com

Can't get enough of Scuba Steve?

You will also find him featured as the silly sidekick in the Mediterranean Mermaid Series!

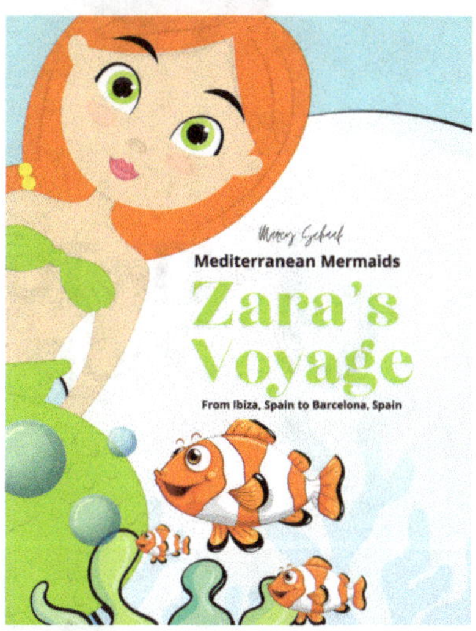

Books By Schaaf

www.BookBySchaaf.com

Find us at:

Available at amazon

Thalia

BARNES & NOBLE

lulu

BOOKS BY SCHAAF

TikTok Shop

IngramSpark

www.ingramcontent.com/pod-product-compliance
Lightning Source LLC
LaVergne TN
LVHW082051051026
849532LV00011B/3563
9798330205882